வீரபாண்டிய கட்டபொம்மன் பாடங்கள் 1 முதல் 14 வரை

FOR 10TH STANDARD ICSE STUDENTS

ஸ்ரீ.விஜயலஷ்மி

வீரபாண்டிய கட்டபொம்மன்

ஒருவரி வினாவிடைகள்

பாடம் 1-14

ஐ.சி.எஸ்.சி பள்ளி மாணவர்களுக்காக

வழங்குபவர் தமிழாசிரியை ஸ்ரீ விஜயலஷ்மி

கோயம்புத்தூர் 22

பாடம் 1

கரிசல் மண்ணில் கற்குவியல்

1. கரிசல் மண்ணில் விளையும் பயிர்களில்

ஒன்று

அ. அரிசி, ஆ. தட்டை பயிறு, இ. பருத்தி

(விடை இ)

2. கம்பு, சோளம் முதலியன

அ. நஞ்சை தானியப் பயிர்கள், ஆ. புஞ்சை

தானியப் பயிர்கள்.

இ. தோட்டத்தில் விளைவிப்பன.

(விடை ஆ)

3. பாஞ்சாலங் குறிச்சி

அ. வானம் பார்த்த பூமி. ஆ. வண்டல் மண்

பூமி. இ. செம்மண் பூமி

(விடை அ)

4. மக்கள் மனதில் விளைவது,

அ. சினம், ஆ. பாசம் இ. வீரம்

(விடை இ)

5. ஒவ்வொரு காலக்கட்டத்திலும் தோன்றுபவன்

அ. மகான், ஆ. வீரன் இ. கலைஞன்

(விடை ஆ)

6. மக்கள் குமுறி எழுவது

அ. மகிழ்வைக் கண்டு, ஆ. சாவைக் கண்டு இ. கொடுமையைக் கண்டு

(விடை இ)

7. மக்கள் உயிரெனக் கொள்வது

அ. அவர்கள் குழந்தைகளை. ஆ.

செல்வத்தை, இ; மானத்தை

(விடை இ)

8. மக்கள் இன்முகம் காட்டுவது

அ. வீரத்திற்கு, ஆ. எதிர்ப்புகளுக்கு இ.

மழையைக் கண்டு,

(விடை ஆ)

9. அதிசயம் படைத்தவர்கள்

அ. ஆண்கள் மட்டும் ஆ. இருவரும் இ.

பெண்கள் மட்டும்

(விடை ஆ)

10. வரவேற்று பகை முடித்தது

அ. எதிரிகளை ஆ. உறவினர்களை

இ. மன்னர்களை

(விடை அ)

11. மக்கள் ஒன்றிணைந்து செயல்பட்டது

அ. சாதி மதங்களை மறந்து ஆ.

நம்பிக்கையை இழந்து இ. வீரத்தை

மதித்து

(விடை அ)

12. தூத்துக்குடி மாவட்டத்தில் வீரம் விளைந்த

பகுதி

அ. அருங்குலம் ஆ. ஒட்டப்பிடாரம்

இ. ஸ்ரீவைகுண்டம்

(விடை ஆ)

13. பாஞ்சாலங்குறிச்சி இதற்கு உட்பட்டது

அ. சென்னை. ஆ. ஒட்டப்பிடாரம் இ. மதுரை

மாவட்டம்

(விடை ஆ)

14. தாய்மார்கள் கண்களில் ஒற்றிக் கொள்வது

அ. பாஞ்சாலங்குறிச்சிக் கோட்டையை,

ஆ. கட்டைப் புளியமரத்தை

இ. பாஞ்சாலங்குறிச்சி மண்ணை

(விடை இ)

15. குழந்தைகளுக்குத் தாய்ப்பாலில் கலந்து

கொடுத்தது,

அ திருநீற்றை, ஆ. மண்ணை

இ. சர்க்கரையை

(விடை ஆ)

16. பாஞ்சாலங்குறிச்சிக்கு அருகில் உள்ள

கிராமம்

அ. இலட்சுமண நாயக்கன் பாளையம்,

ஆ. சிவகிரி இ. கயத்தாறு.

(விடை இ)

17. பாஞ்சாலங்குறிச்சியில் அதிசயம் நடந்து

கொண்டிருப்பது

அ. கோட்டைக்குள், ஆ. பிரதானசாலையில்

இ. ஊருக்குள்.

(விடை ஆ)

18. மாவீரனுக்கு மக்கள் புளியமரத்தடியில்

அஞ்சலி செலுத்தப் பயன்படுத்தியது

அ. சிறுகற்களை, ஆ. கற்பூரத்தை,

இ.ஊதுபத்தியை

(விடை அ)

19. பாஞ்சாலங் குறிச்சியில் மலைக்குன்றாகக்

காட்சி அளிப்பது

அ. கற்கள், ஆ. துணிகள் இ. மணல்கள்

(விடை அ)

20. சமூகம் நினைவில் கொள்ளாதது,
அ. ஜாக்சன் துரையை, ஆ. காட்டிக்
கொடுத்தவர்களை, இ. கட்டபொம்மனை.

(விடை ஆ)

21. மக்கள் மறக்கத் துணியாதது,
அ. ஆலன் துரையை, ஆ. காலின்ஸை,
இ. மாவீரன் கட்டபொம்மனையும் அவனது
வீரத்தையும்.

(விடை இ)

பாடம் 2

வீரன் பிறந்தான்

1. பால்ராஜ் ஆண்டபகுதி

அ. நெற்கட்டான் செவ்வல்,

ஆ. வாடிக்கோட்டை

இ. சிவகங்கைச் சீமை

(விடை ஆ)

2. பால்ராஜின் குழந்தைகள் மொத்தம்

அ. நால்வர் ஆ. எட்டுபேர் இ. ஐவர்

(விடை ஆ)

3. பால்ராஜின் எட்டாவது மகன்

அ. சின்னபொம்மு, ஆ முகமது அலி,

இ. பொம்மு

(விடை இ)

4. பொம்முவின் பெண்

அ. பேரழகி, ஆ. அழகற்றவள், இ. அழகி

(விடை அ)

5. பொம்முவின் மகளை மணக்கவந்தவன்

அ. ஜெகவீரபாண்டியன் ஆ. முகமதியன்

இ. ஊமைத்துரை

(விடை ஆ)

6. பொம்மு ஆந்திராவை விட்டுச் சென்று

தங்கிய இடம்

அ. ஊற்றுமலை, ஆ. சாளக்குளம்,

இ. ஆறுமுக மங்கலம்.

(விடை ஆ)

7. கொள்ளையர் கூட்டத்தை தனிமனிதனாக

விரட்டிய பொம்முவுக்குக் கிடைத்த பாராட்டு

அ. அறிவாளி ஆ. கெட்டிக்காரன்

இ. முட்டாள்

(விடை ஆ)

8. கெட்டிக்காரன் என்ற சொல்லின் மருவல்

அ. பேதை ஆ. கட்டபொம்மு இ. மேதை

(விடை ஆ)

9. தோகலவார் என்பது,

அ. உழவுத் தொழில் செய்பவர்,

ஆ. கட்டபொம்மனின் பரம்பரையினர்,

இ. பசு மந்தைகளை உடையவர்.

(விடை இ)

10. தோகலவாரின் குலதெய்வம்

அ. மருதம்மாள் ஆ.கமலம்மாள்

இ. ஜக்கம்மாள்

(விடை இ)

11. மக்கள் குறிசொல்வது,

அ. ஜக்கம்மாள் அருளால்,

ஆ. தன் அறிவாற்றலால்

இ. இடைவிடாத பயிற்சியால்

(விடை அ)

12. பஞ்ச பாண்டியர்களின் வழிவந்தவன்

அ. பால்ராஜ், ஆ. இராபர்ட் கிளைவ்

இ. ஜெகவீரபாண்டியன்.

(விடை இ)

13. அழகிய வீரபாண்டிய புரத்தின் மன்னன்

அ. முத்துவடுகநாதர்

ஆ. இலட்சுமண நாயக்கர்

இ. ஜெகவீரபாண்டியன்.

(விடை இ)

14. ஆதி கட்டபொம்முவிடம் அமைந்திருந்தது

அ. வீரம், ஆ. தீரம், இ;. பாசம், ஈ. இவை

அனைத்தும்.

(விடை ஈ)

15. ஆதி கட்டபொம்முவிற்கு அரசாளும் வாய்;பு

கிடைத்தது

அ. முத்துராமலிங்க சேதுபதியிடம்,

ஆ. பால்ராஜிடம்

இ. ஜெகவீரபாண்டியனிடம்.

(விடை இ)

16. வீரபாண்டி பெயர் தோன்றியது,

அ. அழகிய வீரபாண்டிய புரத்திலிருந்து,

ஆ. ஜெகவீரபாண்டியன் என்ற

சொல்லிலிருந்து

இ. இவை இரண்டிலிருந்தும்.

(விடை இ)

17. ஆதிகட்டபொம்மு

அ. வேட்டைப் பிரியன் ஆ. செல்லப்பிராணி

வளர்ப்புப் பிரியன்

இ. தோட்டக்கலை பராமரிப்புப் பிரியன்.

(விடை அ)

18. கானகத்தில் முயலைத் துரத்திச் சென்றது

அ. பொம்முவின் நாய்

ஆ. காட்டு யானை

இ. இவை இரண்டும்

(விடை அ)

19. முயல் சீறியது

அ. நாயைப் பார்த்து,

ஆ. யானையைப் பார்த்து

இ. இவை இரண்டையும் பார்த்து

(விடை அ)

20. மண்ணின் மகத்துவத்தை பொம்மு

அறிந்தது

அ. முயலின் சீற்றத்தால்,

ஆ. யானையின் சினத்தால்

இ. இவை இரண்டால்

(விடை அ)

21. பொம்மு கோட்டைக் கட்ட தீர்மானித்த இடம்

அ. மதுரையில் ஆ. ஆத்தூரில்

இ. பாஞ்சாலங்குறிச்சியில்

(விடை இ)

22. கோட்டையின் முதல் இரண்டு பக்கம்

அ. 500 அடி ஆ. 450 அடி இ. 275 அடி

(விடை அ)

23. கோட்டையின் மற்ற இரண்டு பக்கம்

அ. 300 அடி ஆ. 800 அடி இ. 670 அடி

(விடை அ)

24. கோட்டையின் உயரம்

அ. 17 அடி உயரம் ஆ. 12 அடி உயரம்

இ. 20 அடி உயரம்

(விடை ஆ)

25. கோட்டை இவற்றால் கட்டப்பட்டது

அ. வைக்கோல் ஆ. வரகு இ. களிமண்

ஈ. இவை அனைத்தும்

(விடை ஈ)

26. கோட்டையைச் சுற்றிலும் பாதுகாப்பிற்காக

நடப்பட்டது

அ. மல்லிகைக் கொடி

ஆ. இலந்தை முட்செடி.

இ. ரோஜாச் செடி

(விடை ஆ)

27. கோட்டையுள் இருந்தவை

அ. சுரங்கப்பாதை ஆ.மறைவிடங்கள்,

இ. கெட்டியான முற்றங்கள் ஈ. இவை

அனைத்தும்

(விடை ஈ)

28. கோட்டைக்கு இட்டபெயர்

அ. லட்சுமி புரி ஆ. மிதிலாபுரி

இ. பாஞ்சாலங்குறிச்சி

(விடை இ)

29. வீரபாண்டிய நாயக்கர்

அ. 49வது மன்னர் ஆ. 54 வது மன்னர்

இ. 44வது மன்னர்.

(விடை இ)

30. வீரபாண்டிய நாயக்கரின் ஆட்சிக்காலம்

அ. 26 ஆண்டுகள் ஆ. 27 ஆண்டுகள்

இ. 30 ஆண்டுகள்

(விடை ஆ)

31. வீரபாண்டிய நாயக்கர் ஆட்சிசெய்தது

அ. 1009 - 1015 ஆ. 1642 - 1660

இ. 1709 - 1736

(விடை இ)

34. பால்பாண்டியன்

அ. 49 வது மன்னர்   ஆ. 48வது மன்னர்

இ. 45வது மன்னர்

(விடை இ)

35. பால்பாண்டியனின் ஆட்சிக்காலம்

அ. 25 ஆண்டுகள்   ஆ. 24 ஆண்டுகள்

இ. 29 ஆண்டுகள்

(விடை ஆ)

36. பால்பாண்டியன் ஆட்சிசெய்தது

அ. 1224 - 1275   ஆ. 1442 - 1460

இ. 1736 - 1760

(விடை இ)

37. பால்பாண்டியனின் மற்றொரு பெயர்

அ. சுந்தரலிங்கம்

ஆ. பொல்லாப்பாண்டியன்

இ. மருதநாயகன் பிள்ளை

(விடை ஆ)

38. ஜெகவீரபாண்டியன்

அ. 46 வது மன்னர் ஆ. 48வது மன்னர்

இ. 52 வது மன்னர்

(விடை ஆ)

39. ஜெகவீர பாண்டியனின் ஆட்சிக்காலம்

அ. 30 ஆண்டுகள் ஆ. 28 ஆண்டுகள்

இ. 29 ஆண்டுகள்

(விடை அ)

36. ஜெகவீரபாண்டியன் ஆட்சிசெய்தது

அ. 1724 - 1775 ஆ. 1760 - 1790

இ. 1798 - 1800

(விடை ஆ)

37. ஜெகவீரபாண்டியனின் மற்றொரு பெயர்

அ. திக்விஜய கட்டபொம்மு

ஆ. ஜெகவீரபாண்டிய கட்டபொம்மன்

இ. இவை அனைத்தும்

ஈ. இவற்றில் ஏதும் இல்லை.

(விடை இ)

38. ஜெகவீரபாண்டியனின் மனைவி

அ. வீராயி, ஆ. ஆறுமுகத்தம்மாள்

இ. ஈசுவரவடிவு

(விடை ஆ)

39. வீரபாண்டிய கட்டபொம்மன் பிறந்த ஆண்டு

அ. 1760 ஆ. 1764 இ. 1860

(விடை அ)

40 வீரபாண்டிய கட்டபொம்மன் பிறந்த மாதமும்

தேதியும்

அ. ஜனவரி 3 ஆ. பிப்ரவரி 2

இ. அக்டோபர் 16

(விடை அ)

பாடம் 3

மகுடம் சூடினார்

வினாவும் சரியான விடையும்

1. கட்டபொம்மனின் சிறுவயது வீரவிளையாட்டுகளுள் ஒன்று - குதிரை ஏற்றம்.

2. கட்டபொம்மனுக்குப் பிறகு பிறந்த குழந்தையின் பெயர் - குமாரசாமி

3. குமாரசாமிக்கு ஊமைத்துரை பட்டம் வழங்கியவர்கள்- ஊர் மக்கள்.

4. கட்டபொம்மனுடன் பிறந்தவர்கள் மொத்தம் - நால்வர்

5. துரைசிங்கம், துரைக்கண்ணு, ஈசுவரவடிவு போன்றோர் - கட்டபொம்மனின் சகோதர சகோதரிகள்.

6. கட்டபொம்மனின் துணைவியார் பெயர் - வீரசக்கம்மாள்

7. கட்டபொம்மன் பாஞ்சாலங்குறிச்சியின் - 47வது மன்னர்

8. கட்டபொம்மன் பதவியேற்ற ஆண்டும் மாதமும் - 1790 பிப்ரவரி 2

9. பாஞ்சாலங்குறிச்சி பாளையத்தைச் சேர்ந்த கிராமங்கள் மொத்தம் - 96.

10. கட்டபொம்மன் 96 கிராமங்களைப் பிரித்தது - 6 பகுதிகளாக.

11. நீதி, நேர்மை தவறாது ஆட்சி நடத்திய மன்னர் - கட்டபொம்மன்.

12. கட்டபொம்மனின் தளபதி - ஊமைத்துரை

13. வல்லநாட்டுப் பகுதியில் ஆடுமாடுகளைப் பாதுகாப்பவன் - வெள்ளையத் தேவன்

14. ஆடுமாடுகளைக் கவர வந்தவர்கள் - பக்கத்துப் பாளையத்தைச் சேர்ந்த கொள்ளையர்.

15. வீரம் வாள்வீச்சு ஆகியவற்றில் சிறந்தவன் - வெள்ளையத்தேவன்.

16. வெள்ளையத் தேவன் உதித்த குலம் - மறவர் குலம்

17. வெள்ளையத்தேவனுக்குக் கட்டபொம்மன் அளித்த பட்டம் - பகதூர்.

18. வெள்ளையத் தேவனுக்கு வழங்ப் பட்ட பொறுப்பு - படைத்தலைவர்களுள் ஒருவன்

19. கட்டக்கருப்பணன், முத்தருளி - கெவுனகிரிப்பள்ளியைச் சேர்ந்தவர்கள்.

20. கட்டக்கருப்பணன், முத்தருளி தம்பதியினரின் மகன் - சுந்தரலிங்கம்.

21. சுந்தரலிங்கம் - தேவேந்திரகுல வேளாளர் வகுப்பைச் சேர்ந்தவர்

22. கொல்லங்கிணறு ஆசிரியர் - நாகநார்

23. நாகநார் பயிற்றுவிக்கும் பயிற்சியின் பெயர் - களரி

24. நாகநார் சுந்தரலிங்கத்துக்கு அளித்த பயிற்சி - போர்பயிற்சி

25. வீரம் மற்றும் போர்த்திறமை கொண்டவர் - சுந்தரலிங்கம்

26. குடும்பனார் பிரிவில் ஒருவர் - முத்துக்குடும்பனார்

27. காலாடிப் பிரிவில் ஒருவர் - குட்டையன் காலாடி

28. கட்டபொம்மனின் படை வலிமை மிக்கதாக விளங்கக் காரணம்- தேவேந்திர குல வேளாள இளைஞர்கள் இணைந்ததால்.

29. கட்டபொம்மனின் தலைமை அமைச்சர் - தானாபதிப்பிள்ளை

30. தானாபதிப் பிள்ளையின் மறுபெயர் - சுப்பிரமணியப் பிள்ளை

31. தானாபதிப் பிள்ளை - பிள்ளைமார் வகுப்பைச் சேர்ந்தவர்.

32. அறிவு, திறமை, வீரம், விவேகம் பார்த்து பதவி நல்கியவர்- வீரபாண்டிய கட்டபொம்மன்

33. கட்டபொம்மன் எதிர்ப்பார்க்காதது - சாதி

34. சுந்தரலிங்கமும், வெள்ளையத்தேவனும் கட்டபொம்மனின்- வாரிசாக வளர்க்கப்பட்டனர்.

35. கட்டபொம்மனின் இரு விழிகளாக விளங்கியவர்கள்

- சுந்தரலிங்கமும், வெள்ளையத் தேவனும்.

36. தானாபதிப்பிள்ளை - மதியூகம் மிக்கவர்

37. சுந்தரலிங்கம், வெள்ளையத்தேவன், ஊமைத்துரை ஆகியோரிடம்
இருந்தது - வீயூகம்.

38. பக்கத்துப் பாளையக்காரர்கள் வியக்கும் வண்ணம் ஆட்சி நடத்தியவர் -
கட்டபொம்மன்.

39. எதிர்க்க நினைத்தால் இல்லாமல் போய்விடுவோம் என்று எண்ணியவர்கள்
- கட்டபொம்மனின் பக்கத்துப் பாளையக்காரர்கள்.

40. கட்டபொம்மனின் ஆட்சியில் இல்லாத ஒன்று - சூழ்ச்சி

41. கட்டபொம்மன் எவ்விதத் தடையும் இன்றி ஆட்சி புரிந்த ஆண்டுகள்
மொத்தம் - 3

பாடம் 4

வெள்ளையர் எதிர்ப்பில் வீரபாண்டிய கட்டபொம்மனின் முன்னோடிகள்

1. அன்னியர் ஆக்கிரமிப்பு இந்திய மண்ணில் ஏற்பட்ட ஆண்டு - கி.மு. நான்காம் நூற்றாண்டு.

2. கி.மு. 327ல் பாரசீகத்தின் வழியாக படையெடுத்த கிரேக்க மன்னன் - அலெக்சாண்டர்.

3. இந்தியாவில் காலூன்றிய முதல் வெளிநாட்டவன் - அலெக்சாண்டர்.

4. அலெக்சாண்டர் இந்தியாவில் படையெடுத்து கைப்பற்றிய பகுதி - வட எல்லைப் பகுதிகள்

5. இந்தியாவின் மீது அடிக்கடி போர்த்தொடுத்தவர்கள் - மொகலாய மன்னர்கள்.

6. மொகலாயர்களுள் குறிப்பிடத்தக்கவன் - முகமது கஜினி.

7. இந்தியாவின் வடஎல்லையைக் கைப்பற்றிய முகமதியர் தங்கள் ஆளுமையை நிலைநாட்டிய இடம் - தமிழகம்

8. வணிகக் கம்பெனிகளுள் ஒன்று - டேனிஷ்

9. போர்ச்சுகிஸ் -கோவா

10. தென்னாற்காடு தரங்கம்பாடியில் கோட்டைக்கட்டி குடியேறியவர்கள் -
டேனிஷ் கம்பெனியினர்.

11. புதுவைக் காரைக்காலில் காலூன்றியவர்கள் - பிரெஞ்சுக்காரர்கள்

12. செயிண்ட்ஜார்ஜ் கோட்டை இருக்கும் பகுதியை முன்னர் அரசாட்சி செய்தவர்
- சந்திரகிரி மன்னர்

13. தற்போதைய தலைமைச் செயலகம் இருக்கும் இடம் - செயிண்ட் ஜார்ஜ்
கோட்டை.

14. செயிண்ட் ஜார்ஜ் கோட்டைப் பகுதியை சந்திரகிரி மன்னரிம் பெற்றவர்கள் -
ஆங்கிலேயர்கள்

15. பிரிட்டிஷ் கம்பெனியினர் இந்தியாவிற்கு வந்தது - ஆட்டுத் தோல்
வியாபாரத்திற்காக.

16. பிரிட்டிஷாருடன் வியாபாரப் போட்டி நடத்தியவர்கள் -
பிரெஞ்சுக்காரர்கள்

17. வியாபாரப் பொருட்களை பாதுகாப்பதாகச் சொல்லி படைக்கருவிகளுடன்
இந்தியாவில் நுழைந்தவர்கள் - வெளிநாட்டு வியாபாரக் கம்பெனியினர்.

18. வெளிநாட்டு வியாபாரக் கம்பெனிக்கு ஏற்பட்ட ஆசை - நாடுபிடித்தல்.

19. சந்தா சாகிபும், அன்வர் உத்தீனும் - மொகலாய வாரிசுகள்

20. பதவிச் சண்டை வாய்ப்பாக அமைந்தது - அந்நியர்களுக்கு

21. சந்தாசாகியை ஆதரித்தவன் - பிரெஞ்சுக்காரர்கள்

22. அன்வர் உத்தீனை ஆதரித்தவன் - பிரிட்டிஷ் கம்பெனியினர்

23. மொகலாயர்களின் சண்டையில் ; கொல்லப்பட்டவன் - அன்வர் உத்தீன்

24. அன்வர் உத்தீனின் மகன் - முகமது அலி

25. முகமது அலி வெற்றிககு உதவியவர் - பிரிட்டிஷார்.

26. பொருட்கள் மற்றும் ஆட்கள் தந்துஉதவியதற்காக பிரிட்டிஷார் முகமது அலியிடம் கேட்டு வலியுறுத்தியது - நஷ்ட ஈடு.

27. முகமது வரிவசூலிக்க இயலாமைக்குக் காரணம் -குடிமக்கள் வறுமை

28. முகமது அலி பிரிட்டிஷாருக்கு நஷ்ட ஈடாகத் தந்தது - தமக்குக் கப்பம் கட்டி வந்த பாளையத்தை.

29. நவாபின் சண்டையில் இந்தியாவில் நுழைந்தது - பிரிட்டிஷ் கம்பெனி

30. நவாபின் சண்டையில் நுழைந்த பிரிட்டிஷார் பெற்றது - வரிவசூலிக்கும்
உரிமை

31. வரிவசூலிக்கும் உரிமையால் பிரிட்டிஷார் செய்தது - இந்தியமண்ணை
அடிமைகொண்டனர்.

32. 1760ல் திருச்சியைத் தலைமையிடமாக கொண்டு ஆடசி அதிகாரத்தைத்
தொடங்கியவன் - இராபர்ட் கிளைவ்

33. திருச்சியில் ஆங்கிலக் கொடி முதல் முதலில் ஏற்றப்பட்ட ஆண்டு - 1751

34. இராபர்;ட கிளைவ் அதிகார பொறுப்பேற்றதும் முதலில் செய்தது -
பாளையக்காரரிடம் வரிவசூலிப்பு

35. வரிவசூலிக்க தென் தமிழகத்திற்கு அனுப்பப் பட்டவன் - இன்னிசு துரை

36. நெற்கட்டான் செவ்வலின் மன்னன் - பூலித்தேவன்.

37. இனனிசு துரை வரிவசூலிக்காமல் திரும்பியது - பூலித்தேவனின்
வீரதைதக் கேள்வியப்பட்டதால்

38. அலெக்சாண்டர் ஹெரான் என்ற ஆங்கிலத் தளபதி நியமிக்கப்பட்ட
ஆண்டு -1755

39. அலெக்சாண்டர் ஹெரான் முதலில் முற்றுகையிட்ட பகுதி - லட்சுமண
நாயக்கன் பாளையம்

40. லட்சுமண நாயக்கன் பாளையம் அமைந்துள்ள பகுதி - திண்டுக்கல்லிற்கு
அருகில்

41. லட்சுமண நாயக்கன் பாளையத்தின் மன்னர் - லட்சுமண நாயக்கர்.

42. லட்சுமண நாயக்கர் செய்தது - அலெக்சாண்டர் ஹெரானைப் பணிந்து
வரிகட்டினார்.

43. தென்தமிழகத்தில் முதலில் வரிவசூலித்தவன் என்ற சிறப்பிற்கு உரியவன் -
அலெக்சாண்டர் ஹெரான்

44. தென் தமிழகத்தில் முதலில் வரிகட்டிய மன்னர் - லட்சுமண நாயக்கர்.

45. வரிகட்டாமல் இருந்திருந்தால் லட்சுமண நாயக்கருக்கு கிடைத்திருக்கும்
சிறப்பு - இந்திய விடுதலைப் போராட்டத்தின் முதல்வன் என்பது

46. மதுரையை அரசாட்சி செய்தவர்கள் அலெக்சாண்டருக்கு செய்தது -
அவனைப் பணிந்து வரிகட்டினர்

47. அலெக்சாண்டர் வரிவசூலிக்கப் பாஞ்சாலங்குறிச்சிக்குச் சென்றபோது அங்கு அரசாட்சி செய்து வந்த மன்னர் - பால் பாண்டியன்

48. பால் பாண்டியன் அலெக்சாண்டருக்குச் செய்தது - சீர்வரிசைகளைத் தந்தது

49. பிணையக் கைதிகள் எனப்படுபவர்கள்- வரிப்பணத்திற்குப் புதிலாக அனுப்பப் படுபவர்கள்

50. பால் பாண்டியன் அலெக்சாண்டர் ஹொரானுடன் பிணையக்கைதியாக அனுப்பியது - தன் இரண்டாவது மகன் சின்ன பொம்முவை

51. பாஞ்சாலங்குறிச்சிக்குப் பின்னர் ஹொரான் வரிவசூல் செய்த இடம் - எட்டய புரம்

52. அலெக்சாண்டர் ஹொரான் பிணையக்கைதிகளை அனுப்பிய இடம்- திருச்சி சிறை.

53. எட்டயபுரத்திற்குப் பின் ஹொரான் வரிவசூலிக்க எண்ணிய இடம் - நெற்கட்டான் செவ்வல்

54. ஹொரான் தன் படைகளை - இரண்டு பிரிவுகளாகப் பிரித்தான்

55. ஹொரானின் மற்றொரு படைப்பிரிவிற்குத் தலைமைத் தாங்கியவன் - மாபூசுக்கான்.

56. பூலித்தேவன் மாபூசுக்கானை வரவிடாமல் தடுத்த இடம் - நெற்காட்டான்
செவ்வல் கோட்டை அருகே

57. மாபூசுக்கான் செய்தது - நெற்கட்டான் செவ்வலிலிருந்து தப்பி ஓடியது

58. ஹெராளைத் தோற்கடித்த பூலித்தேவனுக்கு கிடைத்த பரிசு- விடுதலை
முழக்க வீரன் என்ற பட்டப்பெயர்

59. ஹெராளுடன் பூலித்தேவனுக்கு நடந்த யுத்தத்தின் ஆண்டும் மாதமும்
நாளும் - 1755 மே 22

60. பூலித் தேவனைத் தோற்கடிக்க படைகள் புறப்பட்ட இடங்களுள் ஒன்று-
திருவிதாங்கூர்

61. பூலித் தேவனை வீழ்த்த தலைமை தாங்கிய தமிழன் - மருதநாயகன்

62. பூலித் தேவனிடமிருந்து ஆங்கிலேயர் நெற்கட்டான் செவ்வலைக்
கைப்பற்றியது - 1761 மே 16

63. 1761ல் 4000 பேருடன் பாஞ்சாலங்குறிச்சியின் மீது பாபடையெடுத்து
வந்தவன் - பிரிஷ்மேன்

64. 1962ல் பாஞ்சாலங்குறிச்சியின் மீது அடுத்தடுத்து போர் தொடுத்தவர்கள்
- பிளிண்ட் மற்றும் காம்பெல்

65. 1762ல் ஆங்கிலேயர்களுக்கு வரிகட்டிய மன்னன் -
ஜெகவீரபாண்டியன்(கட்டபொம்மனின் தந்தை)

66. 1772 ஜுன் 2ல் ஆங்கிலேயர் படையெடுப்பு நடத்திய இடம் -
இராமநாதபுரம்

67. இராமநாதபுரத்தில் கைதுசெய்யப்பட்டவர்கள் - ராணியும் அவரது மகன்
முத்துராமலிங்க சேதுபதியும்

68. முத்துராமலிங்க சேதுபதி கைது செய்யப்பட்ட போது அவருக்கு வயது -12

69. முத்துராமலிங்க சேதுபதியின் தாயாருக்கு கிடைத்த சிறப்புப் பெயர் -
விடுதலைக்காக சிறையில் மடிந்த முதல் ராணி.

70. வெள்ளையர் முத்துராமலிங்க சேதுபதியை விடுவித்தது - 8
ஆண்டுகளுக்குப்பின்னர்.

71. முத்துராமலிங்க சேதுபதி சிறையில் மரணத்தைத் தழுவிய ஆண்டு - 1809
ஜனவரி 1

72. முத்துராமலிங்க சேதுபதியின் சிறைவாசம் - 22 ஆண்டுகள்

73. முத்துராமலிங்க சேதுபதி இறக்கும் பொழுது அவரது வயது -49.

74. முத்துராமலிங்க சேதுபதிக்குக் கிடைத்த சன்மானம் - சிறையில் மரணத்தைத் தழுவிய மன்னர் மற்றும் அதிக ஆண்டுகள் சிறையில் வாழ்ந்த மன்னர்.

75. ஆங்கிலேயருக்கு வரிகொடுக்க மறுத்த முதல் மன்னர் - முத்து வடுகநாதர்

76. முத்து வடுகநாதர் -சிவகங்கைச் சீமையின் மன்னர்

77. ஆங்கிலேயர் முத்துவடுகநாதரின் மீது திடீர் தாக்குதல் நடத்திய ஆண்டு - 1772 ஜனவரி 22

78. முத்துவடுகநாதரை ஆங்கிலேயர் எதிர்த்த இடம் - காளையார் கோவில்

79. இந்தியாவிலேயே ஆங்கிலேயரை எதிர்த்து களத்தில் மடிந்த முதல் மன்னர் - முத்துவடுகநாதர்

80. 1776ல் பாஞ்;சாலங் குறிச்சியின் மீது போர்த் தொடுத்தவன் - புல்லார்டன்

81. புல்லார்டனின் செயல் - பாஞ்சாலங்குறிச்சியைக் கைப்பற்றி 40 ஆயிரம் வராகனைக் கொள்ளையடித்தது

82. கட்டபொம்மனின் தந்தை ஜெகவீரபாண்டியனின் செயல்- ஆங்கிலேயரை எதிர்க்க இயலாமல் தப்பி ஓடியது

83. ஜெகவீரபாண்டியன் தப்பியோடிய போது கட்டபொம்மனின் வயது 16.

84. சிவகங்கைச் சீமையின் ராணி - வேலுநாச்சியார்

85. வேலுநாச்சியாரின் துணைவர் - முத்துவடுகநாதர்

86. வேலுநாச்சியாருக்கு ஆலோசனை வழங்கியவர் - அமைச்சர்
தாண்டவராயன் பிள்ளை

87. வேலு நாச்சியாருக்கு ஒத்துழைப்பு நல்கியவர் - ஹைதர் அலி

88. வேலுநாச்சியாருக்குத் துணையாக இருந்தவர்கள் - மருதுசகோதர்கள்

89. வேலுநாச்சியார் ஆங்கிலேயருடன் போரிட்ட ஆண்டுகள் - 8 (1772- 1780)

90. ஆயுதம் ஏந்தி களத்தில் ஆங்கிலேயரை எதிர்த்துப் போராடிய முதல்
பெண்மணி - வேலுநாச்சியார்.

91. இழந்த நாட்டை மீட்டுக் காட்டிய முதல் பெண்மணி - வேலு நாச்சியார்.

92. ஆங்கிலேயர்கள் பாஞ்சாலங்குறிச்சியின் மீது போர் தொடுத்தது
மொத்தம் 5 ஆண்டுகள் (1755 - 1776)

93. முதல் முறை ஆங்கிலேயர்கள் பாஞ்சாலங்குறிச்சியின் மீது போர் தொடுத்த போது இருந்த மன்னன் - பால்பாண்டியன்

94. ஆங்கிலேயர்கள் பாஞ்சாலங்குறிச்சியின் மீது போர்த் தொடுத்த போது இறுதியாக 4 முறை அரசாண்ட மன்னன் - ஜெகவீரபாண்டியன்.

95. பூலித்தேவன், வேலுநாச்சியார், முத்துராமலிங்க சேதுபதி ஆகியோர் - குறுநில மன்னர்கள்.

பாடம் 5

அடிபட்டு ஓடினான் ஆலன்துரை

1. வெள்ளையரின் அச்சத்திற்குக் காரணம் - வேலுநாச்சியாரின் வெற்றி

2. கேரளவர்மா, திண்டுக்கல் ஹைதர் அலி, விருப்பாட்சி கோபால நாயக்கர், வேலுநாச்சியார் ஆகியோர் - வெள்ளைய எதிர்ப்பாளர்கள்.

3. குறுநில மன்னர்களை சமாளித்தல், இந்தியாவின் அனைத்துப் பகுதிகளையும் தங்கள் அதிகாரத்தின் கீழ்க் கொண்டுவருதல் முதலியன - ஆங்கிலேயர்களின் யோசனை.

4. நவாப்புக்கு வரிவசூல் செய்துகொடுக்கும் தரகர்களாக இருந்தவர்கள் - ஆங்கிலேயர்கள்.

5. ஆங்கிலேயர்கள் எடுத்த முடிவு - ஆட்சி அதிகாரத்தைக் கைப்பற்றுதல்.

6. நவாப் உடன்படிக்கையின் படி ஆட்சிப்பொறுப்பை ஏற்பதென முடிவு செய்தவர்கள் - ஆங்கிலேயர்கள்

7. தீர்மானத்தில் உருவாக்கப்பட்ட போர்டின் பெயர் - ரெவின்யூ போர்டு

8. வரிவசூலிக்க ஏற்பாடு செய்யப்பட்ட பதவி - கலெக்டர் பதவி

9. கலெக்டர் பதவியில் அமர்த்த தீர்மானிக்கப்பட்டவர்- ஆங்கிலேயர்கள்.

10. சர்வே செய்ய ஏற்பாடு செய்யப்பட்ட இடம் -பாளையங்கள்

11. பாளையங்களின் எல்லைகள் - ஒழுங்குபடுத்தப்படும் எனத் தீர்மானிக்கப்பட்டது.

12. ஒரு பாளையத்திற்கு சொந்தமான சில கிராங்கள் - ஒன்றிணைக்கத் தீர்மானிக்கப்பட்டது.

13. நவாப் உடன்படிக்கைக்கு எதிர்ப்பு தெரிவித்தவர்களுள் ஒரு மாவட்டம் - நெல்லை மாவட்டம்

14. நெல்லை மாவட்டத்தில் வரிவசூலிக்க நியமிக்கப்பட்டவன்- மாக்ஸ்வெல்

15. மாலை அணிவித்தல், வெள்ளையர் முறைப்படி வரவேற்றல், கப்பத் தொகையைக் காலடியில் வைத்தல், காலம் முழுதும் கப்பம் கட்டுவதாக வாக்குறுதி அளித்தல் போன்றவற்றை மாக்ஸ்வெல்லிற்குச் செய்தவர்கள் - சில பாளையக்காரர்கள்.

16. எட்டப்ப நாயக்கன் பாளையத்தின் மன்னன் எட்டப்ப நாயக்கனின் உறுதி மொழி - ஆங்கிலேயர்களிடம் அடிமையாக இருத்தல் என்பது.

17. மாக்ஸ்வெல்லிடம் கட்டபொம்மனைப் பற்றி அவதூறாகக் கூறியவன் - எட்டப்ப நாயக்கன்

18. மாக்ஸ்வெல் வரிவசூலிக்க சென்றது - பாஞ்சாலங்குறிச்சிக்கு

19. மாக்ஸ்வெல்லை மரியாதையுடன் வரவேற்றவர் - வீரபாண்டிய கட்டபொம்மன்.

20. மாக்ஸ்வெல்லின் குழப்பத்திற்குக் காரணம் - கட்டபொம்மனின் சிறப்பான உபசரிப்பு

21. தானம் கேளுங்கள் தந்து மகிழ்கின்றேன் என்று கூறியவர் - கட்டபொம்மன்

22. வரிகேட்பதற்கு யாருக்கு உரிமையில்லை என்று கட்டபொம்மன் கூறினார் - மாக்ஸ்வெல்லிற்கு

23. வரிகேட்டவுடன் பயந்து கொடுப்பதற்கு நாங்கள் கோழையில்லை என்று மாக்ஸ்வெல்லிடம் கூறியவர் - கட்டபொம்மன்.

24. இதுதான் உங்கள் இறுதி முடிவா என்று கட்டபொம்மனிடம் கேட்டவன் - மாக்ஸ்வெல்

25. இறுதி முடிவு மட்டுமல்ல உறுதியும் கூட என்று மாக்ஸ்வெல்லிடம் கூறியவர் - கட்டபொம்மன்.

26. வணிகம் செய்யவந்து, சூழ்ச்சியாலும் சுயநலதததாலும் வரிகேட்பவர்கள் - வெள்ளையர்கள்

27. நாடோடிகளாக இந்தியாவிற்குள் வந்தவர்கள் - ஆங்கிலேயர்கள்

28. ஆங்கிலேயர்களின் அதிகார்த்திற்கும், ஆள்பலத்திற்கும் பயந்தவர்கள் - சில பாளையக்காரர்கள் மட்டும்

29. வரிகேட்கும் நோக்கத்தோடு எந்த அதிகாரியும் வரவேண்டாம் என்று கவர்னரிடம் மாக்ஸ்வெல்லைக் கூறச் சொன்னவர் - கட்டபொம்மன்

30. வானம் பொழிந்து பூமி விளைய இரவு பகலாகப் பாடுபவர்கள் - பாஞ்சாலங்குறிச்சி மக்கள்

31. விழிகள் சிவக்கப் பாஞ்சாலங்குறிச்சிக் கோட்டையிலிருந்து வெளியேறியவன் - மாக்ஸ்வெல்

32. அடிபட்ட பாம்பென மேலதிகாரிகளிடம் அலறித் துடித்தவன் - மாக்ஸ்வெல்

33. ஆயுதத்துடன் தான் கட்டபொம்மனை சந்திக்க இயலும் என்று
    முடிவெடுத்தவர்கள் - ஆங்கிலேயர்கள்

34. ஆங்கிலேயர்கள் போட்ட கடிதத்தை கட்டபொம்மன் - சுக்குநூறாகக்
    கிழித்தார்

35. போர்த் தொடுத்து கட்டபொம்மனை பணியவைக்க நியமிக்கப் பட்டவன் -
    ஆலன்துரை

36. பெரும்படையுடன் ஆலன்துரை பாஞ்சாலங்குறிச்சியை முற்றுகை இட்ட
    ஆண்டு - 1796 இறுதியில்

37. குண்டுகள் பாயுந்து செயலற்று வீழ்ந்தது - பாஞ்சாலங்குறிச்சிக்
    கோட்டையின் மீது

38. வெள்ளையர்ப் படையை மண்ணில் வீழ்த்தியது - கோட்டைக்குள்ளிருந்து
    பாய்ந்து வந்த குத்தீட்டிகள்

39. ஆலன் துரைக்கும், கட்டபொம்மனுக்கும் நடைபெற்ற போர் முறை -
    கொரிலாப் போர்

40. கொரிலாப் போர் என்பது - மறைந்து தாக்குதல்

41. தோல்வியை ஒப்புக்கொண்டு தொங்கிய முகத்துடன் திரும்பியவன் -
    ஆலன்துரை

42. பாஞ்சாலங்குறிச்சியின் மன்னனாகப் பொறுப்பேற்றவுடன் கட்டபொம்மனின்
    முதல் தாக்குதல் நடைபெற்றது - ஆலன்துரையுடன்

43. நெஞ்சி;ல் வீரம் தாங்கிய மக்களை எந்த வெடிகுண்டும் வீழ்த்த முடியாது
    என்று பறைசாற்றியவர்கள் - பாஞ்சாலங்குறிச்சி மக்கள்

பாடம் 6

ஜாக்ஸன் துரையின் சதிராட்டம்

1. அடிபட்டு திரும்பிய ஆலந்துரையும் பிற ஆங்கில அதிகாரிகளும் சும்மா
இருக்க மாட்டார்கள் என்று எண்ணியவர் - கட்டபொம்மன்

2. வலிமைமிக்க ஆங்கில எதிர்ப்பு அணி உருவாகியது - கட்டபொம்மனால்.

3. நாகலாபுரம், காடல்குடி, ஏழாயிரம் பண்ணை, குளத்தூர், கோலார்பட்டி
ஆகிய பாளையத்தைச் சேர்ந்தவர்கள் - ஆங்கில எதிர்ப்பு அணியினர்.

4. கட்டபொம்மனை எப்படி அடக்குவது என்று ஆங்கிலேயர் ஆலோசனை
நடத்தியது - எட்டப்ப நாயக்கனுடன்.

5. ஆங்கிலேயருக்கு ஒத்துழைப்பு கொடுத்ததால் எட்டப்ப நாயக்கன் மீது
கோபமாக இருந்தவர் - கட்டபொம்மன்

6. வரிப்பணத்தை வசூலித்தல், எட்டப்ப நாயக்கனுக்கு பாதுகாப்பு அளித்தல்,
கட்டபொம்மனைப் பணியவைத்தல் என்பன - ஆங்கிலேயர்களின் ஆலோசனை.

7. வந்து சந்தித்து வரிப்பணத்தைக் கட்டவேண்டும் என்று ஆங்கிலேயரால்
கடிதம் அனுப்பப்பட்டது - கட்டபொம்மனுக்கு

8. அருங்குலம் சுப்பலாபுரம் ஆகியன - எட்டப்புநாயக்கன் பாளையத்தோடு
இணைக்கப்பட்ட ஊர்கள்.

9. ஸ்ரீவைகுண்டம், ஆழ்வார் திருநகரி, ஆத்தூர், ஆறுமுக மங்கலம்
முதலியன - வளமான நன்செய்நிலப் பகுதிகள்.

10. நன்செய் நிலப்பகுதிகள் தங்களின் நேரடி நிர்வாகத்தின் கீழ்க்
கொண்டுவந்திருப்பதாகக் கூறியவர்கள் - ஆங்கிலேயர்கள்

11. தூத்துக்குடி பட்டாளத்தாருக்குக் இறைச்சி அனுப்பக் கூடாது என்று
ஆணையிட்டவர் - கட்டபொம்மன்.

12. நெசவாளிகள் ஆங்கில அதிகாரிகளுக்கு துணிநெய்து கொடுக்கக் கூடாது என்றவர் - கட்டபொம்மன்.

13. கட்டபொம்மனை அடக்கப் பொறுத்தமானவன் என்று ஆங்கிலேயர்கள் தேர்வு செய்த கலெக்டர் - ஜாக்ஸன் துரை

14. கட்டபொம்மன், தன்னை நேரில் வந்து சந்திக்க வேண்டும் என்ற ஜாக்ஸன் துரையின் முதல் கடிதம் எழுதப்பட்ட ஆண்டு - 1798

15. வரிப்பணத்தைக் கட்ட மறுத்தால் பாஞ்சாலங்குறிச்சியை பறிமுதல் செய்வேன் என்ற ஜாக்ஸன் துரையின் மிரட்டல் கடிதம் எழுதப்பட்ட ஆண்டு - 1798 ஏப்ரல் 28

16. கட்டபொம்மனைக் கைது செய்ய படையை அனுப்பிவைக்கவும் என்று ஜாக்ஸன் துரை கோரிக்கை விடுத்தது - கவர்னரிடம்.

17. திருநெல்வேலியில் செப்டம்பர் 5க்குள் தன்னை சந்திக்கக் கட்டபொம்மனை பணித்தவன் - ஜாக்ஸன் துரை

18. தன்னை சந்திக்காவிடில் கடும் விளைவுகளை சந்திக் நேரிடும் என்று ஜாக்ஸன்துரை கட்டபொம்மனுக்கு மிரட்டல் கடிதம் எழுதியது - 1798 ஆகஸ்டு 18

19. ஜாக்ஸன் துரையை சந்திக்க ஒரு பேரரசனைப் போல் கட்டபொம்மன் சென்ற ஆண்டு - 1798 ஆகஸ்டு 24

20. திருநெல்வேலி, குற்றாலம், சொக்கம்பட்டி, சேத்தூர் போன்ற 11 ஊர்களுக்கு கட்டபொம்மனை இழுத்தடித்தவன் - ஜாக்ஸன் துரை.

21. இறுதியில் கட்டபொம்மனை ஜாக்ஸன் துரை சந்தித்த இடம் - இராமநாதபுரத்தில்

22. கட்டபொம்மனுக்கும் ஜாக்சன் துரைக்கும் வாக்குவாதம் நடந்த இடம் இராமலிங்கம் விலாசம் மாளிகை அருகில் உள்ள - மெத்தை வீட்டில்.

23. ஜாக்ஸன் துரைக்கு ஆங்கில மொழி பெயர்ப்பாளராக இருந்தவர் -

24. கட்டபொம்மனுக்கு தமிழ் மொழிபெயர்ப்பாளராக இருந்தவன் - துவாஷி

25. கட்டபொம்மன் ஜாக்ஸன் துரையை சந்திக்கப் பயணம் மேற்கொண்ட நாட்கள் மொத்தம் - 18

26. கட்டபொம்மன் ஜாக்ஸன் துரையை சந்தித்தது 1798 செப்டம்பர் 10 - பிற்பகல் 1 மணி

27. கட்டபொம்மனுடன் வந்தவர்களை வாயிலில் தடுத்து நிறுத்தியவர்கள் - ஆங்கில சிப்பாய்கள்

28. கட்டபொம்மனுடன் ஜாக்ஸன் துரையைச் சந்திக்க உள்ளே சென்றவர் - அமைச்சர் தானாபதிப்பிள்ளை

29. கட்டபொம்மனுக்கு அமர்வதற்கு ஆசனம் கூட தராமல் அவமதித்தவன் - ஜாக்ஸன் துரை

30. கட்டபொம்மனிடம் ஜாக்ஸன் துரை கேட்ட மொத்த கேள்விகள் - 9

31. ஜாக்ஸன் துரையின் கேள்விக்கான கட்டபொம்மனின் மொத்த பதில்கள் - 7

32. ஜாக்ஸன் துரையை அச்சம் கொள்ளச் செய்தது கட்டபொம்மனின் - கம்பீரமும் ஆவேசமும்.

33. கட்டபொம்மனால் அவமானப்படுத்தப்பட்டவன் - மாக்ஸ்வெல்

34. கட்டபொம்மனால் அசிங்கப்படுத்தப்பட்டவன் - ஆலந்துரை

35. ஆங்கில அதிகாரிகளின் கடிதத்தைக் கட்டபொம்மன் - உதாசீனப்படுத்தினார்

36. வரிகேட்டபோது வாய்நீளம் காட்டியவர் - கட்டபொம்மன்

37. ஆங்கிலேயர்களின் சார்பாளனாக இருப்பவன் - எட்டப்புநாயக்கன்

38. ஆங்கிலேயர்களிடம் அதிகமாக நிறைந்திருப்பதாகக் கட்டபொம்மன்
    கூறியவை - அதிகாரபலமும் ஆணவத் திமிரும்

39. கட்டபொம்மனை மரியாதைக் குறைவாக நடத்தியவன் - ஜாக்ஸன் துரை

40. கட்டபொம்மனின் அனுமதியின்றி எட்டப்புநாயக்கனுக்கு தாரைவார்க்கப்பட்ட
    மொத்த ஊர்கள் - இரண்டு

41. இன்பத்திலும் துன்பத்திலும் கட்டபொம்மனோடு இருப்பவர்கள் -
    பாஞ்சாலங்குறிச்சி மக்கள்

42. எங்கோபிறந்து இந்தியாவில் வரிவசூலிக்க வந்தவர்கள் -
    ஆங்கிலேயர்கள்

43. பலநாட்கள் தொடர்ந்து பயணப்பட்டு வந்ததால் மக்களில் சிலருக்கு
    ஏற்பட்ட நோய் - அம்மை நோய்

44. கட்டபொம்மனைக் கைது செய்ய ஜாக்ஸன் துரையால் முன்வந்தவன் -
    தளபதி கிளார்க்

45. தளபதி கிளார்க்கை கட்டபொம்மன் வெட்டியது - கைவாளால்

46. அமைச்சர் தானாபதிப்பிள்ளை தன்னுடன் வரவில்லை என்பதைக்
    கட்டபொம்மன் அறிந்த இடம்- பரமக்குடி

47. ஜாக்ஸன் துரை தனக்கு இழைத்த கொடுமைகளைக் குறித்து
    கட்டபொம்மன் மனு கொடுத்தது - கவர்னரிடம்

48. கட்டபொம்மனுக்குத் தெரிந்த ஆங்கில அதிகாரியின் பெயர் - டேவின்சன்

49. கட்டபொம்மனைப் பற்றி ஜாக்ஸன் துரை அவதூறாகக் கடிதம் எழுதி
    வாங்கியது - சிவகிரி, ஊற்றுமலைப் பாளையக் காரர்களிடம்

50. விசாரணையின் முடிவில் தெரியவந்தது - ஜாக்ஸன் துரைதான் குற்றவாளி என்பது

51. ஜாக்ஜன் துரையின் கடிதம் - பொய்யானது

52. பதவி நீக்கம் செய்யப்பட்டவன் - ஜாக்ஸன் துரை

53. விடுதலை செய்யப்பட்டவர் - தானாயதிப்பள்ளை

54. ஜாக்ஸன் துரையின் செயலுக்காக கட்டபொம்மனிடம் வருத்தம் தெரிவித்தவர்கள் - ஆங்கிலேய அதிகாரிகள்

55. ஆங்கிலேய அதிகாரிகளுக்கும் கட்டபொம்மனுக்கும் இடையே ஜாக்ஸன் துரையால் ஏற்பட்;டது - சமாதானம்.

பாடம் 7

ஜாக்ஸன் துரை போனான் லூஷிங்டன் வந்தான்

1. கட்டபொம்மனை பல ஊர்களுக்கு இழுத்தடித்தவன் - ஜாக்ஸன் துரை

2. கொள்ளை மற்றும் கொலைகாரனாக கட்டபொம்மனை சிக்க வைத்தவன் - ஜாக்ஸன் துரை

3. ஜாக்ஸன் துரையிடம் மிக்கது - அதிகாரபலம்

4. தன் சொந்த ஆட்களாலேயே பதவி நீக்கம் செய்யப்பட்டவன் - ஜாக்ஸன் துரை

5. பாஞ்சாலங்குறிச்சி மக்களின் மகிழ்ச்சக்குக் காரணம் -ஜாக்ஸன் துரையின் பதவிநீக்கம்

6. வெள்ளையரிடமிருந்து வெறித்தனமான அணுகுமுறை இருக்காது என்று நம்பியவர் - கட்டபொம்மன்.

7. எடுத்தோம் கவிழ்த்தோம் என்று இருக்கமாட்டார்கள் என்று கட்டபொம்மன் எண்ணியது - ஆங்கில அதிகாரிகளை

8. 1799 ஜனவரி 1ல் நெல்லை மாவட்டக் கலெக்டராகப் பதவி ஏற்றவன் - ஜாக்ஸிங்டன்

9. ஜாக்ஸிங்டனின் கடைக்கண் பார்வைக்காகக் காத்திருந்தவர்கள் - சில பாளையக்காரர்கள்

10. வழக்கம் போல் அடிமைசாசனத்தை எழுதிக்கொடுத்தவன் - எட்டப்ப நாயக்கன்

11. அழைத்தாலே ஆங்கில அதிகாரிகளை சந்திப்பதையே வெறுத்தவர் - கட்டபொம்மன்

12. கட்டபொம்மனின் வருகைக்காக ஜாக்ஸிங்டன் காத்திருந்த காலம் - 2 மாதங்கள்

13. 1799 மார்ச் 16ல் வந்து சந்திக்கச் சொல்லி கட்டபொம்மனுக்குக் கடிதம் எழுதியவன் - ஜாக்ஸிங்டன்

14. கிளார்க் குடும்பத்திற்கு கட்டபொம்மனை நஷ்ட ஈடு கட்டச்சொன்னவன் - ஜாக்ஸிங்டன்

15. கட்டபொம்மன் தற்சமயம் தங்கள் பாளையத்தில் இல்லாததாகக் கூறியது - மழைபொழிவு

16. போரில் தங்களுடைய ஆட்கள் மடிந்ததற்கும், கட்டபொம்மன் ஜாக்ஸிங்டனிடம் கேட்டது - நஷ்ட ஈடு

17. கைக்கலப்பின் போது ஆங்கில அதிகாரிகள் கட்டபொம்மனிடம் கைப்பற்றியது - ஆயுதங்கள்

18. கட்டபொம்மன் வரிவசூல் செய்த இடம் - ஸ்ரீவைகுண்டம்.

19. லூஸிங்டன் தன்மனதில் கட்டபொம்மனுக்கு செய்ய நினைத்தது - ஜாக்ஸன் துரையைப் போன்ற சதித் திட்டம்

20. நெற்களஞ்சியத்தை அமைச்சர் தானாபதி திருடியதாக லூஸிங்டன் அறிவித்த இடம் - ஸ்ரீவைகுண்டம்

21. 30 பேருக்கு மேல் தன்னை வந்து சந்திக்கக் கூடாது என்று லூஸிங்டன் கட்டபொம்மனை அழைத்த இடம் - கழுதி

22. கட்டபொம்மன் லூஸிங்டனிடம் தனக்கு மரபில்லை என்று கூறியது - தனிமனிதனாக அவனைச் சந்தித்தல்

23. லூஸிங்டனைக் கட்டபொம்மன் காணச் சென்றதாகக் கூறியது - ஒரு மன்னருக்கான தோரணையில்

24. 1799 ஜூன் 4ல் தனியாக தன்னை வந்து கட்டபொம்மன் சந்திக்க வேண்டும் என்று லூஸிங்டன் கொடுத்த அவகாசம் - ஐந்து மணிநேரத்திற்குள்

25. கட்டபொம்மனிடம் லூஸிங்டன் கேட்டது - அமைச்சர் தானாபதிப்பிள்ளையை ஒப்படைத்தல் குறித்து

26. கட்டபொம்மன் லூஸிங்டனிடம் தன் அமைச்சரைப்பற்றிக் கூறியது - தீய செயலில் அமைச்சர் ஈடுபடமாட்டார் என்று

27. லூஸிங்டன் கட்டபொம்மனிடம் இறுதியாகக் தரச்சொல்லிக் கேட்டது - வரிப்பணம்

28. கட்டபொம்மன், லூஸிங்டன் தங்கியிருந்த மாளிகையில் தங்கியிருந்த இடம் - மூன்றாவது தளம்

29. கட்டபொம்மன் , லூஸிங்டனை காண தங்கியிருந்த நாட்கள் மொத்தம் - 8

30. கட்டபொம்மன், தனக்கு இஷ்டமில்லை என்று கூறியது - அன்னியருக்கு

31. ஆட்கள் மாறினாலும் அவர்களின் நோக்கம் ஒன்று கட்டபொம்மனிடம் நிரூபித்தவன் - லூஸிங்டன்

32. வரியைத் தந்து தான் உயிர் வாழவேண்டும் என்ற அவசியம் தனக்கு இல்லை என்று கூறியவர் - கட்டபொம்மன்

33. லூஸிங்டனை சந்திக்காமலேயே கட்டபொம்மன் சென்ற ஆண்டு 1799 ஜூன் 6

பாடம் 8 வினாக்கள்

உளவாளியான பாளையக்காரன்

1. கழுதிக்கு வந்தும் கட்டபொம்மன் சந்திக்காதவன் - லூஸிங்டன்.

2. லூஸிங்டன் கழுதியிலிருந்து நேரடியாக சென்ற இடம் - இராமநாதபுரம்.

3. இராமலிங்க விலாசில் அமர்ந்துகொண்டு மற்றவர்களுடன் விவாதித்தவன் - லூஸிங்டன்.

4. ஆங்கிலப் படைவீரர்களை; வீரத்துடன் முறியடித்தவர் - கட்டபொம்மன்

5. லூஸிங்டன்னிற்கு கட்டபொம்மன் மீது ஏற்பட்டது - பயம் கலந்த மரியாதை

6. 6.லூஸிங்டன்னிற்கு நினைவுக்கு வந்தவன் - எட்டப்ப நாயக்கன்.

7. எட்டப்ப நாயக்கன் அடிமையானது -வெளிநாட்டு மதுபானத்திற்கு

8. ஆங்கிலேயர்கள் எட்டப்ப நாயக்கனை வைத்திருந்த முறை -
கொத்தடிமையாக

9. லூஸிங்டன் எட்டப்ப நாயக்கனுக்காக ஏற்பாடு செய்திருந்தது - விருந்து

10. அலெக்சாண்டர் ஹெரானுக்குப் பின் கட்டபொம்மனிடம் வரிவசூலுக்கு
வந்தவன் - மாக்ஸ்வெல்

11. .மாக்ஸ்வெல்லைத் தன்னுடன் ஒத்துழைக்க அழைத்தவன் - லூஸிங்டன்.

12. எட்டப்;ப நாயக்கன் விருந்தில், நடத்தப்பட்டமுறை - சிறப்பு விருந்தினரைப்
போல்

13. ஆங்கில அதிகாரிகள் கொடுத்த வரவேற்பு திக்குமுக்காடச் செய்தது-
எட்டப்ப நாயக்கனை.

14. கட்டபொம்மனின் பெயர் காதில் விழுந்ததும் எட்டப்ப நாயக்கன் சென்றது -
வெறுப்பின் உச்சத்திற்கு.

15. எட்டப்ப நாயக்கன் ஆங்கிலேயர்களை அழைத்த விதம் - துரைமார்களே!

16. ஆங்கிலேயர்களுக்கு எட்டப்ப நாயக்கன்; கூறிய வாக்குறுதி -
வரிகட்டுவதாக

17. வீரபாண்டிய கட்டபொம்மன் ஆங்கிலேயர்களை மதிப்பதில்லை என்று;
கூறியவன் - எட்டப நாயக்கன்

18. ஆங்கிலேயர்களிடம், கட்டபொம்மனை எதற்காக விட்டுவைத்திருக்கிறீர்கள்
என்று தனக்கு புரியவில்லை என்றவன் - எட்டப்ப நாயகன்

19. ஆங்கிலேயர்கள் எட்டப்புநாயகனிடம் கேட்டது - உதவி

20. கட்டபொம்மன் மர்ம மனிதனாக இருப்பதாகக் கூறியவர்கள்-
ஆங்கிலேயர்கள்

21. கட்டபொம்மனிடத்தில் எட்டப்புநாயக்கனை, மாறுவேடத்தில்
ஆங்கிலேயர்கள் செல்லக் கூறிய முறை - மாறுவேடத்தில்

22. ஆங்கிலேயர்களின் விருப்பத்தை நிறைவேற்றாவிட்டால், தனக்கு
அவர்களின் உதவி கிடைக்காது என்று எண்ணியவன் - எட்டப்ப நாயக்கன்.

23. எட்டப்ப நாயக்கன் மாறுவேடத்தில் கட்டபொம்மனைச் சந்திக்கச் சென்ற
இடம் - பாஞ்சாலங்குறிச்சிக் கோட்டை.

24. கட்டபொம்மனின் நன்மைக்காக, தான் வந்திருப்பதாக கூறியவன் -எட்டப்ப
நாயக்கன்.

25. ஆங்கிலேயர்களிடம் ஆயுதங்கள் இருப்பதாக் கட்டபொம்மனிடம்
கூறியவன் - எட்டப்ப நாயக்கன்

26. ஆங்கிலேயர்கள் ஒரேநாளில் கோட்டையைத் தரைமட்டமாக்கிவிடுவார்கள் என்று எட்டப்புநாயக்கன் கூறியது - கட்டபொம்மனிடம்

27. எட்டப்ப நாயக்கன், வெள்ளையரின் வீரத்தைக் கூறுவதற்காக வந்திருப்பதாகக் கூறியவர் - கட்டபொம்மன்.

28. கட்டபொம்மன், "எட்டயபுரத்து ராஜாதி ராஜ ராஜ கம்பீரர்" என்று அழைத்தது - எட்டப்ப நாயக்கனை

29. எட்டப்ப நாயக்கனை அடையாளம் கண்டுகொண்ட ஊமைத்துரை எடுத்தது - வாளை

30. கட்டபொம்மன்,; "எட்டப்ப நாயக்கன் வெள்ளையர்களின் காலில் விழுந்து கிடப்பதாகக்" கூறியது - ஊமைத்துரையிடம்.

31. எட்டப்ப நாயக்கன் கலந்து கொண்ட விருந்தில் இருந்தவர்கள் லூஷிங்டன், மற்றும் - கர்னல் மாக்ஸ்வெல்.

32. எட்டப்ப நாயக்கன் அந்நியருக்கு வரிகட்டி ஆயுளைக் கடத்துகிறார் என்று கூறியவர் - கட்டபொம்மன்.

33. மூச்சுக்கு முன்னூறு தடவை ஆங்கிலேயர்களை அந்நியர் என்று சொல்வதாக கட்டபொம்மன் கூறியவர் - எட்டப்ப நாயக்கன்.

34. பிறப்பால் தன்னைத் தெலுங்கர் என்று கூறியவர் கட்;டபொம்மன்

35. எட்டப்ப நாயக்கன் மற்றும் கட்டபொம்மனின் மூதாதையர் வந்தது - ஆந்திர மாநிலத்திலிருந்து

36. கட்டபொம்மன் தான்; காப்பதற்குப் போராடுவதாகக் கூறியது -இந்த மண்ணை

37. எட்டப்ப நாயக்கன் இந்த மண்ணை அந்நியருக்கு அடகு வைப்பதற்கு வாழ்வதாகக் கூறியவர் - கட்;டபொம்மன்

38. அந்நியரின் புகழைப் பாடி தனக்கு ஆத்திரமூட்டாதீர்;கள் என்று கூறியவர்

39. எட்டப்ப நாயக்கனின் வேடம்- கலைந்தது.

பாடம் 9

பானர்மேன் என்றொரு பாதகன்.

1.

கட்;டபொம்மனைத் தன்னால் எந்த வழியிலும் வழிக்குக்கொண்டுவர முடியவில்லை என்று கவலைப்பட்டவன் - லூஸிங்டன்

1.

தளபதி மாக்ஸ்வெல், ஆலந்துரை, ஜாக்ஸன்துரை ஆகியோருக்கு ஏற்பட்ட நிலைதான் தனக்கும் ஏற்படும் என்று எண்ணியவன் - லூஸிங்டன்

3.

யாரிடம் பேசுவதால் பயனில்லை என்று லூஸிங்டன் எண்ணினான்.- கட்டபொம்மனிடம்

4.

தன்னைச் சந்திப்பதற்கே விரும்பவில்லை என்று லூஸிங்டன் எண்ணியது - கட்டபொம்மனை

5.

கவர்னரிடம், ஆயுதங்களுடன் தான் கட்டபொம்மனை சந்திக்க வேண்டும்
என்று கடிதம் எழுதியவன் - ஹாலிங்டன்

6.

பாஞ்சாலங்குறிச்சியின் மீது போர் தொடுத்தால் தான் மற்ற
பாளையக்காரர்கள் நம்மைக் கண்டு அச்சப்படுவார்கள் என்று ஹாலிங்டன்
கடிதம் எழுதியது - கவர்னருக்கு

7.

பாஞ்சாலங்குறிச்சியின் மீது போர் தொடுக்க தனக்கு படைவீரர்களும்,
படைக்கருவிகளும் வேண்டும் என்று ஹாலிங்டன் கவர்னரிடம் கேட்டது -
அனுமதி

8.

1799 செப்டம்பர் 4-ல் பாளையங்கோட்டையிலிருந்து வந்தவன்- மேஜர்
ஜான்பானர்மேன்.

9.

நான்காயிரம் போர்வீரர்களுடன் வந்தவன்- பானர்மேன்

10.

பாஞ்சாலங்குறிச்சியின் மீதுப் போர்த்தொடுக்க வெள்ளையர் படை வந்தது -
சீவலப்பேரி வழியாக

11.

தன் சொந்த ஊரானான ஆற்றூருக்குச் சென்றது - தானாபதிப்பிள்ளை.

12.

ஊமைத்துரையும், படைவீரர்களும் குலதெய்வமான ஐக்கம்மாளை
வணங்குதற்குச் சென்றஇடம் - திருச்செந்தூர்.

13.

படைவீரர்கள் பலரும் இல்லாததால் கட்டபொம்மனை எளிதில்
வீழ்த்திவிடலாம் என்று பானர்மேனுக்கு யோசனைக் கூறியவன் - எட்டப்ப
நாயக்கன்.

14.

இரவோடு இரவாக பாஞ்சாலங்குறிச்சிக் கோட்டை சூழப்பட்டது -
வெள்ளையர்களால்

15.

காப்டன் ஓரிலி, ப்ளுஸ், காலின்ஸ், டக்ளஸ், ப்ளேக், ப்ரௌன் போன்றவர்கள்-.
பாஞ்சாலங்குறிச்சிக் கோட்டைக்கு வெளியே

தாக்குதலுக்காகக் காத்திருந்தவர்கள்

16.

எட்டப்ப நாயக்கனுடன் வந்தவர்கள் - ஓராயிரம் படைவீரர்கள்

17.

வெள்ளையர் படை விரைந்து வந்த இடங்கள் -கயத்தாறு மற்றும்
கோவில்பட்டி.

18.

லெப்டினென்ட் டல்லாஸ் என்பவன் தலைமையில் வந்தது.-குதிரைப்படை

19.

வெள்ளையுத்தேவன், சுந்தரலிங்கம், சித்தை;யா நாயக்கர் மற்றும்
வீரபுத்திர நாயக்கர் ஆகியோர் - கட்டபொம்மனின் ஆணைக்காகக்
காத்திருந்தவர்கள்

20.

துயாஷ் ராமலிங்க முதலியார், ஹவில்தார் இப்ராஹிம்கான் மற்றும்
அரிக்காரன் சாமி ஆகியோர் - தூதாக வந்தவர்கள்

21.

பானர் மேன் கூறியதாக துயாஷ் ராமலிங்க முதலியார் முதலில் கூறியது -
தானாபதிப் பிள்ளையை ஒப்படைக்க வேண்டும்.

22.

" " இரண்டாவதாகக் கூறியது-. தரவேண்டிய வரிப்பணம் முழுதும்
தரவேண்டும்.

23.

" " மூன்றாவதாகக் கூறியது= பெரும் விளைவுகளை சந்திக்க வேண்டும் என்பது.

24- 27 துயாஷ் ராமலிங்க முதலியாருக்குக்கட்டபொம்மன் கூறிய புதில்கள்.

1.
அமைச்சர் அவ்வாறு ஈடுபடவில்லை.

2.
அதனை நிரூபிக்க வேண்டும்

3.
அது உண்மையாயின் அமைச்சருக்கு தண்டனை தரவேண்டியவன் நான்தான்

4.
நான் உயிருடன் இருக்கும் வரை அது நடக்காது என்பது.

28. தொங்கிய முகத்துடன் திரும்பியவர்கள் - தூதுவர்கள்

29. தூதுவர்களின் புதிலால் கோபத்தில் குதித்தவன் - பானர்மேன்

30. வெள்ளையர் வெடிகுண்டு பாஞ்சாலங்குறிச்சி கோட்டை வடமேற்கு கொத்தளத்தில் மீது விழுந்த ஆண்டு -1799 செப்டம்பர் 5

பாடம் 10

வெடிகுண்டை வீழத்திய வேல்க்கம்பு

1.

மாறுவேடத்தில் ஊமைத்துரை வந்தது - திருச்செந்தூர்

2.

ஊமைத்துரையைப் பிடிக்கக் காத்திருந்து வெறுங்கையுடன் திரும்ப்யது
-வெள்ளையர்ப்படை

3.

அமைச்சர் தானாயுதிப் பிள்ளையைக் கைது செய்ய வெள்ளையர்ப்படை
சென்ற இடம் -- ஆத்தூர்

4.

பானர் மேன் அதிர்ச்சி அடையக் காரணம் - கட்டபொம்மனின் வீரர்கள்
சிக்காததால்

5.

அமச்சர் தானாயுதிப் பிள்ளை, சுந்தரா லிங்கம், ஊமைத்துரை.
வெள்ளையத்தேவன் ஆகியோர் - கட்டபொம்மனின் படையில் இருந்தவர்கள்-

6.

ஆங்கிலேயர்களின் படைப்பலம், அவர்களை எதிர்கொள்ளவேண்டிய
முறைகள் ஆகியவற்றைப்பற்றி தன்படைத்தலைவர்களிடம் உரையாடியவர் -
கட்டபொம்மன்

7 ;படைத்தளபதிகளிடம் ஒப்படைக்கப்பட்டது. - கோட்டையின் நான்குவாயில்
பாதுகாப்பு

படைத்தளபதிகளுடன் நிறுத்தப்பட்டிருந்தவர்கள் -நூற்றுக்கணக்கான
வீரர்கள்

8.

கோட்டைச் சுவர் நெடுகிலும் ஏற்படுத்தப்பட்டவை - பலத்த பாதுகாப்பு

9.

பானர்மேன் கோட்டைக்கு வெளியே நின்று கொண்டு
அமைத்துக்கொண்டிருந்தது - வியூகம்.

10.

பானர்மேன் தங்களிடம் இருந்த ஆள் மற்றும் ஆயுத பலத்தால்
பாஞ்சாலங்குறிச்சிக் கோட்டையை சில மணித்துளிகளில் தாக்கிவிடலாம்
என்று போட்டது -தப்புக்கணக்கு.

11.

பானர்மேன் முதலில் தாக்க ஆணையிட்டது தெற்கு மற்றும் வடக்கு --
வாயில்.

12.

கோட்டைச் சுவர் ஏறி குதிப்பதற்கு முயற்சி செய்தவர்கள் - எட்டப்பனின்
படைவீரர்கள்

13.

கோடடைமேல் ஏறிய எதிரிகளுக்கு நிகழ்ந்தது - வேல்கம்பு தாக்குதல்கள்

14.

துப்பாக்கிக் குண்டுகள் மண்ணில் விழுந்து செயல்பட்டது - கோட்டையின் மீது மோதியதால்.

15.

வெட்டரிவாள்கள் வீழ்த்தியது - பீரங்கி மற்றும் வெடிகுண்டுகளை

16.

பானர்மேன் திகைக்கக் காரணம் - படைவீரர்களின் வீரம் மற்றும் போர்வேகம்

17.

18.

சூறாவளியென சுழன்று போரிட்டவர்கள் - படைத்தளபதிகள்

பாடம் 11

ஆயுதக் கிடங்கை அழித்த

மனித வெடிகுண்டு

1. ஆங்கிலேய எதிர்ப்பு அணி முதலில் உருவாகிய இடம்- தமிழகம்

2. முதலில எதிர்ப்புக் குரல் கொடுத்தவர்கள் - குறுநில மன்னர்கள்

3. ஆயுதபலத்தால் இந்தியர்களை எளிதில் வென்றுவிடலாம் என்பது -

ஆங்கிலேயர்களின் எண்ணம் -

4. இந்தியர்கள் ஆங்கிலேயர்களின் எண்ணத்தில் விழச்செய்தது - இடி

5. இந்திய மக்களுக்கு வழிகாட்டியாக இருந்தது -தமிழ்மண்

6. அக்காலத்தில் சாதி, மத, இன வேறுபாடுகள் எடுபடாதது - இந்தியர்களிடையே

7. பேதம் பாராமல் இருந்தவர்கள் - ஆள்வோர் மற்றும் அடித்தட்டு மக்கள

8. தமிழ் பூமியின் தன்மை - புதிய வரலாறு படைக்க உதவுதல்

9. எதிர்ப்புக் குரல் கொடுத்தவர்களின் காலத்திற்கு எடுத்துக்காட்டாகக் கூறப்பட்டவர்கள் -வேலு நாச்சியார் மற்றும் பூலித்தேவன்

10. வேலுநாச்சியார் ஹைதர் அலியின் ஆதரவுடனும், மருது சகோதரர்களின் துணையுடனும் மீட்டது - சிவகங்கைச் சீமை.

11. ஒடுக்கப்பட்ட சமூகத்தில் பிறந்த பெண் --குயிலி

12. உடம்பில் நெய்தடவி, தீயிட்டு உயிர்த்தியாகம் செய்த பெண் -குயிலி

13. வீரபாண்டிய கட்டபொம்மனுடன் போரிட முடியாமல் முதல் நாள் பின்வாங்கியவன் - மேஜர் ஜான் பானர்மேன்

14. வீரபாண்டிய கட்டபொம்மன் தலைமையில் முதல் நாள் இரவு கலந்து ஆலோசிக்கப்பட்ட செய்தி -வெள்ளையரை எப்படி அடக்குதல் என்பது

15. ஆலோசனைக் கூட்டத்தில் இருந்த முக்கிய நபர்கள் - கட்டபொம்மனின் படைத்தளபதிகள்

16. சுந்தரலிங்;கம் ஏற்றுக்கொண்ட பொறுப்பு - ஆயுதக்கிடங்கை அழித்தல்

17. கட்டபொம்மனின் உளவுப்-படையின் தலைவர். - சுந்தரலிங்கம்.

18. பாஞ்சாலங்குறிச்சிக் கோட்டையை அதிரச் செய்தது - ஆயுதக்கு வெடித்த சத்தம்

19. தரைமட்டமானது - வெள்ளையர் ஆயுதக்கிடங்கு

20. ஆயுதக்கிடங்கு விபத்தில் வெந்தது- சுந்தரலிங்கம்

21. பாஞ்சாலங்குறிச்சி மக்களின் மகிழ்ச்சிக்குக் காரணம் - ஆயுதக்கிடங்கு வெடித்தது

22. சுந்தரலிங்கம் ஆயுதக்கிடங்கை அழிக்கத் தன் உடலில் கட்டிக் கொண்டது தீப்பந்தம்

23. இழப்பு அதிகமானது - ஆங்கிலேயர்களிடத்தில்

26. சுந்தரலிங்கத்தின் இழப்பு செய்ய முடியாதது - ஈடு

27. சுந்தரலிங்கத்தால் கட்டபொம்மனுக்குக் கிடைத்தது - மாபெரும் வெற்றி

பாடம் 12

நுழைந்தான் பிணமாய் விழுந்தான்

1.
பானர்மேன் அதிர்ச்சியடையக் காரணம்--ஆயுதக்கிடங்கு தரைமட்டமான செய்தியால்

2.
பானர்மேனின் மகிழ்ச்சிக்குக் காரணம் - சுந்தரலிங்கத்தின் இறப்பு

3.

பானர் மேன் குறிவைக்கச் சொன்ன இடம்- கோட்டையின் தெற்குவாயில்

4.

வடக்கு வாயிலுக்குத் தலைமை ஏற்றவன் - ஊமைத்துரை

5.

தெற்கு வாயிலுக்குத் தலைமை ஏற்றவன் -- வெள்ளையத்தேவன்

6.

தெற்கு வாயில் கோட்டையைத் தாக்கக் காத்திருந்த ஆங்கிலத் துணைத்
தளபதி -காலின்ஸ்

7.

கோட்டையின் மீது நின்றிருந்த படைவீரர்கள் வெள்ளையர்ப் படையைத்
தடுத்துக்கொண்டிருந்தது - ஈட்டியால்

8.

கோட்டைக்கு உள்ளே இருந்த வெள்ளையத் தேவன் மற்றும் அவனது
படைவீரர்களின் மனநிலை -எதையும் சந்தித்தல் என்பது

9.

கோட்டையின் தெற்கு வாயில் சரிந்தது - தொடர் வெடிகுண்டால்

10.

வெற்றிக் களிப்பில் உள்ளே நுழைந்தவன் - காலின்ஸ்

11.

காலின்ஸ்{க்கு நேர்ந்தது -வெள்ளையத்தேவனால் மரணம்

12.

மற்ற படைவீரர்களின் செயல்-- பயத்தால் நடுங்கியது

13.

காலின்ஸின் மறைவை எண்ணிய பானர்மேனின் செயல்- நிலைதடுமாற்றம்

14.

பானர் மேன் மறுநாள் செய்தது- வெள்ளையத்தேவனை குறிவைத்தல்

15.

பானர்மேனின் அறிவிப்பு - வெள்ளையத்தேவனை பிடித்துத்தருதல்

16.

வெள்ளையத் தேவனின் போர்த்திறமை-- ஒருவாளுக்கு பலரை
இரையாக்குதல்

17.

வெள்ளையுத் தேவனைக் காட்டிக் கொடுத்தவன் -தாயமாமன்

18.

தாய்மாமன் வெள்ளையுத் தேவனைக் காட்டிக் கொடுத்தது - பணத்துக்காக.

19.

ஒட்டுத்தாடி நீக்கப்படதும், தலைப்பாகை அகற்றப் பட்டதும் வெள்ளையுத்
தேவனிடம

20.

வெள்ளையுத் தேவனுக்கு நேர்ந்தது -- ஈட்டியால் குத்தப்பட்டு கொலை
செய்யப்பட்டான்.

21.

எளிதில் பாஞ்சாலங்குறிச்சிக் கோட்டையை நெருங்கமுடியாது என்பது -
பானர்மேனின் எண்ணம்

22.

பானர்மேன் படைவீரர்களுக்குக் கூறியது- யுத்த தர்மத்தில் ஒன்றான
பின்வாங்குதல்

23.

பாளையங்கோட்டைக்கு பானர்மேன் அனுப்பிய தகவல்- 24 பவுண்டு
பீரங்கியும் சில படைவீரர்களும் வேண்டுதல்

24.

இரு தரப்பிலும் உயர்ந்து கொண்டே போனது - உயிர்பலி

25.

**பாஞ்சாலங்குறிச்சிக் கோட்டையை வெள்ளையர் கைப்பற்றிய ஆண்டு-- 1799
செப்டம்பர் 9**

26.

**பாஞ்சாலன் குறிச்சிக் கோட்டையின் வலிமை, அமைப்பு மற்றும் சிறப்பு
ஆகியவற்றைக்கண்டு ஆச்சர்யம் அடைந்தவர்கள் - ஆங்கிலேயர்கள்**

27.

கட்டபொம்மன் கிடைக்காததால் வெறிகொண்டு கத்தியவன் - பானர்மேன்

28.

**வெள்ளையர்ப்படை ஆத்திரத்தில் செய்தது- கோட்டையில் இருந்தவற்றை
உடைத்தல்**

29.

பானர்மேனின் கண்கள் சிவக்கக் காரணம்-- கட்ட[பொம்மனின் தப்பிப்பு.

பாடம் 13

நாடாண்ட மன்னன் நாடோடி மன்னனாக...

1. ஆயிரம் ஆயிரம் பேர்களுக்கு ஆறுதல் வழங்கியவர் - கட்டபொம்மன்

2. வெள்ளையத்தேவனையும், சுந்தரலிங்கத்தையும் இழந்தது ஆங்கிலேயர்களுக்கு கிடைத்த மிகப்பெரிய வெற்றி என்று கூறியவர் - தானாயதிப்பிள்ளை

3. கட்டபொம்மனிடம் எதிர்ப்பது அழகல்ல என்று தானாயதி கூறிய நபர் - ஆங்கிலேயர்

4. 24 பவுண்டு பீரங்கி, மேலும் சில படைவீரர்கள் ஆகியோர் தனக்கு வேண்டும் என்று பானர் மேன் தகவல் அனுப்பியது - பாளையங்கோட்டைக்கு

5. ஆங்கில அதிகாரிகளை நேரில் சந்தித்துப் பேசலாம் என்று தானாயதிப்பிள்ளை கட்டபொம்மனிடம் கூறிய இடம் - திருச்சி

6. 1799 செப்டம்பர் 7ல் கட்டபொம்மன் தப்பிச்சென்ற நேரம் - இரவு 10.30 மணி

7. கட்டபொம்மனுடன் தப்பிய வீரர்கள் - 50 பேர்

8. கட்டபொம்மனுடன் சென்ற குதிரைகளின் எண்ணிக்கை -7

9. பாஞ்சாலங்குறிச்சியை விட்டு கட்;டபொம்மன் தப்பிச் சென்ற முதல் இடம் -
நாகலாபுரம்

10. நாகராபுரப் பாளையத்தின் தலைவர் - இரவப்ப நாயக்கர்

11. கோலார்ப் பட்டியைக் கட்டபொம்மன் கடந்தது- கோசுகுண்டு வழியாக

12. கோலார்ப்பட்டியின் தலைவர் - இராஜகோபால நாயக்கர்

13. கட்டபொம்மனை கலகக் காரன் என்று முத்திரை குத்தியவன் - மேஜர்
ஜான் பானர்மேன்

14. நெல்லை மாவட்டத்திலுள்ள பாளையக்காரர்களுக்கு கட்டபொம்மனைப்
பற்றி பானர் மேன் அனுப்பியது - கடிதம்

15. கட்டபொம்மனைப் பாதுகாப்பவர்கள் அரசுக்கு எதிரியாவார் என்றவன் -
பானர்மேன்

16. கட்டபொம்மனைக் காட்டிக் கொடுப்பவர்களுக்குத் தருவதாக பானர் மேன்
அறிவித்தது - சன்மானம்

17. இரண்டு குதிரைப்படை வந்தது -லெப்டினென்ட் டல்லாஸ் தலைமையில்

18. காப்டென் ஓரெய்லி தலைமையில் வந்தவர்கள் - 400 குண்டுவீச்சாளர்கள்

19. எட்டப்ப நாயக்கனுடன் வந்தவர்கள் - ஓராயிரம் படைவீரர்கள்

20. 1799 செப்டம்பர் 10ல் வெள்ளையர்கள் முற்றுகை இட்ட ஊர் - கோலார்பட்டி

21. வெள்ளையர்ப்படையில் மரணம் அடைந்தவர்கள் மொத்தம் -37 பேர்

22 . விடுதலைப்படையில் மரணம்

அடைந்தவர்கள் மொத்தம் - 16 பேர்

23. இறுதியில் வெற்றிபெற்றவர்கள் - வெள்ளையர்கள்

24. ஆங்கிலேயர்கள் கைது செய்தது மொத்தம் - 34 பேர்

\25. ஆதனூரைச் சேர்ந்தவர் - வெள்ளைச்சாமி

26. அல்லிக்குளத்தைச் சேர்ந்தவர் - சுப்பா நாயகர்

27. முள்ளுப்பட்டியைச் சேர்ந்தவர் - முத்தையா நாயக்கர்

28. கொல்லம்;பருப்பு குமாரசாமி என்பவர்- ஆங்கிலேயர் கைது
    செய்தவர்களுள் ஒருவர்

29. நாகராபுர்தில் இருந்த ஒரு வேப்ப மரத்தில் தூக்கிலிடபயட்டவர் -
    தானாயதிப்பிள்ளை

30. நாகராபுரத்தில் வீசப்பட்டது தானாயதியின் - உடல்

31. தானாயதியின் தலை வேல்கம்பில் குத்தப்பட்டு காட்சிக்கு வைக்கப்பட்ட
    இடம் - பாஞ்சாலங்குறிச்சி கோட்டை வாசல்

32. பானர்மேனிடம் சிக்கியவன் நாகலாபுரப் பாளையக்காரரின் தம்பி -
    செளந்தரபாண்டிய நாயக்கர்

33. இராமநாதபுரத்தின் அருகில் செளந்தரபாண்டிய நாயக்கர் கைது
    செய்யப்பட்ட இடம் - கோபால புரம் கிராமம்

34. செளந்தரபாண்டிய நாயக்கர் கைது செய்யப்பட்ட ஆண்டு 1799 செப்டம்பர்
    13

35. நாகலாபுரப் பாளையத்தின் நிர்வாகி - சாத்தூரப்பிள்ளை

36. கோலார்பட்டிப் பாளையத்தின் நிர்வாகி - செளந்தரலிங்க நாயக்கர்

37. செளந்தரலிங்க நாயக்கர், இராஜகோபால நாயக்கரின் - மைத்துனர்

38. குளத்தூர் பாளையத்தின் அமைச்சர் - ஆறுமுகம் பிள்ளை

39 காடல்குடி பாளையத்தின் அமைச்சர் - கோமதிநாயகம் பிள்ளை

40. ஏழாயிரம் பண்ணை பாளையத்தின் அமைச்சர் - தருமப்பெருமாள் பிள்ளை

41. பானர்மேனால் நாடுகடத்தப்பட்டவர்கள் மொத்தம் - ஐவர்

42. ஏழாயிரம்; பண்ணை பாளையத்தின் மன்னர் - காளை வன்னியர்

43. குளத்தூர் பாளையத்தின் மன்னர் மகன் - சின்னவெட்சூர் நாயக்கர்

44. பானர்மேனால் சிறையில் அடைக்கப்பட்டவர்கள் மொத்தம் மூவர்

45. கட்டபொம்மனின் பட்டத்துக் குதிரையின் பெயர் - முத்துராம்

46. கட்டபொம்மன் இறுதியாகப் பயணித்த திசை - வடக்கு

47. ஆங்கிலத் தளபதிகள் பெயர்கள் - டல்லாஸ், பேயன்

48. ஆங்கில் தளபதிகள் 200 குதிரைவீரர்கள் மற்றும் 1100 வேல்கம்பு வீரர்களுடன் பின்தொடர்ந்தது - கட்டபொம்மனை

49. வழியில் மரணத்தை தழுவியது - முத்துராம்

50. அனைவரையும் இழந்த நிலையில் கட்டபொம்மன் பயணித்தது - சிவகங்கைச் சீமையை நோக்கி

51. கட்டபொம்மன் சிவகங்கைச் சீமையில் தங்கிய இடம் - ஆனியூர்

52. ஆனியூரில் கட்டபொம்மன் தங்கிய மொத்த நாட்கள் - 7

53. ஆனியூரில் கட்டபொம்மனுக்கு வேண்டிய உதவிகளைச் செய்தவர்கள் - காளிமுத்துவும், பெரியநம்பியும்

54. காடல்குடி பாளையத்தின் மன்னர் - வீரகஞ்சய நாயக்கர்

55. கட்டபொம்மனிடம் நடந்த செய்திகளைக் கூறியவர் - வீரகஞ்சய நாயக்கர்

56. ஆங்கில அதிகாரிகளைச் சந்திக்க கட்டபொம்மன் திருச்சிக்கு சென்ற வழி - புதுக்கோட்டை

57. புதுக்கோட்டைப் பாளையத்திற்கு சொந்தமான இடம் - சோளபுரம்

58. கட்டபொம்மன் சோளபுரகிராமத்தில் தங்கிய இடம் - மடம்

59. கட்டபொம்மன் மறைந்து தங்கியிருந்த காடு இருந்த இடம் - கலியாப்பூர்

60. புதுக்கோட்டையின் மன்னன் - விஜயரகுநாத தொண்டைமான்

61. விஜய ரகுநாத தொண்டைமானுடன் ரகசித் தொடர்பில் இருந்தவன் - ஜாக்ஸன்டன்

62. கட்டபொம்மனுக்கு துணையாக நிற்பதாகக் கூறியவன் - புதுக்கோட்டை மன்னன்

63. கட்டபொம்மனிடம் இருவேடங்களில் நடித்தவன் - விஜய ரகுநாதத் தொண்டைமான்

64. மலை, குன்றுகள், காடுகள் ஆகியவற்றில் நிறுத்தப் பட்டிருந்தவர்கள்- படைவீரர்கள்

65. ரகுநாத தொண்டைமான் தனக்கு இருப்பதாகக் கூறிக்கொண்டது - நல்லதிர்ஷ்டம்

66. கும்பெனியார் என்று அழைக்கப்பட்டவர்கள் - வெள்ளையர்கள்

67. கலியாப்பூர் காடு உள்ள பகுதி - திருக்களம்பூருக்கு மேற்குப் பகுதி

68. கட்டபொம்மனுடன் இறுதியாக இருந்தவர்கள் - 6 பேர்

69. புதுக்கோட்டை மன்னிடம் இருந்து கட்டபொம்மன் தப்பிக்க செல்ல செய்த முயற்சி - தற்கொலை

70. 1799 செப்டம்பர் 26ல் விஜய ரகுநாத தொண்டைமான் கடிதம் அனுப்பியது - லாஸிங்டனுக்கு

71. விஜய ரகுநாத தொண்டைமானின் கடிதம் லாரங்டனுக்கு கிடைக்கப்பட்ட ஆண்டு - 1799 செப்டம்பர் 29

72. வெள்ளையர்ப்படையும், ரகுநாத தொண்டைமானின் துரோகிப்படையும் கைது செய்தது - கட்டபொம்மனை

73. ஆங்கிலேயரின் தயவுக்காகக் கட்டபொம்மனைக் காட்டிக் கொடுத்தவன் - புதுக்கோட்டை மன்னன்.

74. இறுதியில் தோற்றது - நட்பு

75. இறுதியில் வென்றது - துரோகம்

76. கட்டபொம்மனை கைவிலங்கிட்டு கைதியாக அழைத்துச் சென்ற இடம் - மதுரை

பாடம் 14

தூக்குக் கயிற்றையும் துரும்பெனக் கருதி

1. வீரபாண்டிய கட்டபொம்மன் வேடத்தில் திரைப்படத்தில் நடித்தவர் - சிவாஜி கணேசன்

2. தன் நடிப்பால் கண்ணீர் வரச் செய்தது - மக்களை

3. பானர் மேன் கட்டபொம்மனைப் பற்றி எழுதியது தன் - மன ஏட்டில்

4. கட்டபொம்மனை கைது செய்ய பானர் மேன் அனுப்பியது - கோஷ்டி(குழு)

5. கைதிகளாகக் கொண்டு வரப்பட்டவர்கள் மொத்தம் - 7 பேர்

6. அரசாங்க உத்திரவுகளை சூழலுக்கு ஏற்ப பானர் மேன் கூறிய விதம் - பவித்திரமான முறை

7. பாளையக் காரர்களிடம் கட்டபொம்மனைப் பற்றிக் கூற அழைத்த நேரம் - முற்பகல் 10 மணி

8. பானர்மேன் பாளையக் காரர்களை அழைத்தது - தங்களின் அதிகாரத்தை நிலைநாட்ட

9. கட்டபொம்மனைப் பற்றி பானர் மேன் கூறியது - அவமரியாதை நடத்தை செய்தார் என்று

10. பானர் மேன், கட்டபொம்மன் எதனை மீறியதாக புகார் அளித்தான் - அரசாங்கத்தை

11. கட்டபொம்மனின் கடமையை உணர்த்த அழைத்துவரச் செய்த படைகளை அவர் செய்தது - துணிகரமாக எதிர்த்தல்

12. பானர்மேன், ராபர்ட் சூரிங்கால், தமிழ் மொழிபெயர்ப்பாளர் ஜார்ஜ்ஹரீயூக் ஆகியோரால் கையெழுத்திடப்பட்ட கடிதம் - 'ஏ' குறிக் கடிதம்

13. தான் வரிசெலுத்தவில்லை என்பதை ஒப்புக் கொண்டவர் - கட்டபொம்மன்

14. லூஸிங்டனை சந்திக்கவேண்டுமாயின் தன்னோடு வரவேண்டும் என்று கட்டபொம்மன் கூறியவர்கள் - ஆயுதப் படையினர்

15. பானர்மேன் அழைத்த செப்டம்;பர் 4ஆம் நாள் பற்றி கட்டபொம்மன் கூறியது - கரிநாள் என்று

16. சிவகிரிப் பாளையக் காரர்களோடு பகிரங்கமாக கலகம் செய்தது - மகன் மற்றும் மாப்பிள்ளை

17. சிவகிரிப் பாளையக் காரர்களுக்கு எதிராக கட்டபொம்மன் அனுப்பியது
-உறவினர் தலைமையிலான 1000 பேர் கொண்ட ஆயுதப்படை

18. அரசாங்க அதிகாரத்திற்குப் பணியுமாறு கம்பெனியினர் செய்து -
தும்பாக்கி சூடு

19. கட்டபொம்மன் அவர்களுக்கு விதிக்கப்பட்ட தண்டனை - மரண தண்டனை

20. கட்டபொம்மனை தூக்கிலிட அழைத்துச் சென்ற போது திகிலடைந்து
பார்த்தவர்கள் - மற்ற பாளையக்காரர்கள்

21. அரசாங்கத்தின் காரணப்போக்கையும், நீதியையும் அலட்சியம்
செய்ததாகக் கூறப்பட;டவர் - கட்டபொம்மன்

22. அரசாங்கத்துக்குக் கீழ்படியாதவர்களிடம் அரசாங்கம் பார்க்காதது -
அவர்களுடைய அந்தஸ்து.

23. அரசாங்கத்தைக் கண்டு ஏளனத்துடனும் அஞ்சா நெஞ்சுடனும் இருந்தவர்
- கட்டபொம்மன்

24. கட்டபொம்மனைக் காட்டிக்கொடுக்க தீவிர முயற்சி செய்தவர்கள் - சிவகிரிப்
பாளையக்காரர்கள்

25. சிவகிரிப்பாளைக்காரர்களைச் சீற்றத்துடன் பார்த்தவர் - கட்டபொம்மன்

26. உறுதியுடனும் வீரத்துடனும் கட்டபொம்மன் சென்றது - தூக்கிலிடப்படும் இடத்திற்கு

27. தூக்கிலிடப்படும் இடத்தில் கட்டபொம்மன் நினைத்தது - தன் ஊமைச்சகோதரனைப் பற்றி

28. கோட்டையை விட்டு வெளியேறியதற்காக வருத்தம் தெரிவித்தவர் - கட்டபொம்மன்

29. மதுரையிலிருந்து கைதியாகிக் கொண்டுவரப்பட்ட கட்டபொம்மன் காவல் வைக்கப்பட்ட இடம் - கயத்தாறில் இருந்த கட்டிடம்

30. கயத்தாறில் இருந்த கட்டிடத்தில் கட்டபொம்மன் காவலுக்காக வைக்கப்பட்டிருந்த மொத்த நாட்கள் - 11

31. வரிகட்ட ஒத்துக்கொண்டால் விடுதலை செய்வதாக கட்டபொம்மனுக்கு ஆசைகாட்டியவர்கள் - அன்னியர்கள்

32. "வரிகட்டி உயிர்வாழ்வதை விட உயிர் விடுவதே உயர்ந்தது" என்று கூறியவர் - கட்டபொம்மன்

33 1799 அக்டோபர் 16ல் டர்னர் தலைமைக் குதிரைப் படைகள், டல்லாஸ் தலைமை காலாட்படைகள் முன்னிலையில் கட்டபொம்மனோடு விசாரணை நடத்தியவன் - பானர்மேன்

34. கட்டபொம்மனின் மீது சுமத்தப்பட்ட முதல் குற்றம் - வரிசெலுத்த மறுத்தது.

35. கட்டபொம்மனின் மீது சுமத்தப்பட்ட இரண்டாம் குற்றம் -ஜாக்;ஸன் துரையிடம் ஆணவமாக நடந்தது

36. கட்டபொம்மனின் மீது சுமத்தப்பட்ட மூன்றாம் குற்றம் - லெப்டினென்ட் கிளார்க் கொலை

37. கட்டபொம்மனின் மீது சுமத்தப்பட்ட நான்காம் குற்றம் - லூஸிங்டனை சந்திக்க நாள் கடத்தியது

38. கட்டபொம்மனின் மீது சுமத்தப்பட்ட ஐந்தாம் குற்றம் - உயிர் மற்றும் பொருட்சேதம் ஏற்படுத்தியது

39. எங்கிருந்தோ வந்தவர்களுக்கு வரிகட்டாமல் இருந்து என்று கட்டபொம்மன் கூறிய காரணம் - மண்ணின் மகத்துவம்

40. கண்துடைப்பு விசாரணை போதும் என்று கட்டபொம்மன் கூறியது - பானர்மேனிடம்

41. பானர்மேனின் முடிவான அறிவிப்பு -கட்டபொம்மனுக்குத் தூக்கு என்பது

42. கட்டபொம்மனுடன் நடந்த பிரச்சனைக்கு நீதி வழங்கியது - பானர்மேன்

43. வாதி, பிரதிவாதி வழக்கில் நீதிவழங்கியது - வாதி

44. கட்டபொம்மனை தூக்கிட ஏற்படுத்தப்பட்ட இடம் - கட்டைப் புளியமரம்

45. தூக்கு மேடைக்கு அருகே நிறுத்தப்பட்டது - ஏணி

46. கட்டபொம்மனாகிய மாவீரனின் இறப்பு - அவராகவே ஏற்படுத்திக் கொண்டது

47. கட்டபொம்மனின் உயிரற்ற உடலை காட்சிப்பொருளாக மேலும் 2 மணி நேரம் வைத்த கொளூரன் - பானர் மேன்

48. கட்டபொம்மனுக்கு இறுதிச் சடங்கு செய்தவர் - ஊமைத்துரை

49. 42 கோட்டைகள் இடித்துத் தள்ளப்பட்ட இடம் - சிவகங்கைச் சீமை

50. விஜயரகுநாத தொண்டைமானுக்குக் கிடைத்த பரிசு - வரிகட்டத் தேவையில்லை என்பது

51. எட்டப்;ப நாயக்கனுக்கு ஆங்கிலேயர் பரிசளித்த கிராமம் - சிவஞானபுரம்

52. எட்டப்ப நாயக்கன் பாளையத்தோடு இணைக்கப்பட்ட பாஞ்சாலங்குறிச்சிக்கு சொந்தமான கிராமங்களின் எண்ணிக்கை மொத்தம் - 79

53. வீரபாண்டிய கட்டபொம்மனின் பிறப்பு - 3.1.1760

54. கட்டபொம்மன் விடுதலைக்காக முழக்கமிட்டு வீரமரணத்தைத் தழுவியது - 16.10.1799

55. கட்டபொம்மன் இந்த மண்ணில் வாழ்ந்தது மொத்தம் - 39 ஆண்டுகள்

56. வீரத்திற்கு என்றும் இல்லாதது - மரணம்

வெற்றிபெற நல்வாழ்த்துக்கள்.

மாணவர் நலன்கருதி தொகுத்து வழங்கியவர்

அன்புடன்

திருமதி ஸ்ரீ.விஜயலஷ்மி

தமிழாசிரியை

9843297197

பொருளடக்கம்

www.ingramcontent.com/pod-product-compliance
Lightning Source LLC
Chambersburg PA
CBHW060610120726
48002CB00010B/2905